ISBN: 978-1-998867-16-5
© Hannah Burkhardt, 2023

All rights reserved. No part of this book may be reproduced or utilized in any form or by any means, electronic or mechanical, including photocopying, recording, or by any information storage and retrieval system, without permission in writing from the author.

First published in 2023
Created by Hannah Burkhardt

Nakareserba ang lahat ng karapatan. Walang bahagi ng aklat na ito ang maaaring kopyahin o gamitin sa anumang anyo o sa anumang paraan, elektroniko o mekanikal, kabilang ang pag-photocopy, pag-record, o ng anumang sistema ng pag-iimbak at pagkuha ng impormasyon, nang walang pahintulot sa pagsulat mula sa may-akda.

Unang inilathala noong 2023
Nilikha ni Hannah Burkhardt

1

This book is dedicated to all the chubby cheeked, multilingual babes of the world. Thank you for giving me the motivation to write this book. .

Ang aklat na ito ay iniaalay sa lahat ng mga cute at multilingual na mga bata sa mundo. Salamat sa pagbibigay ninyo sa akin ng motibasyon na isulat ang aklat na ito.

The Little Rabbit
Ang Munting Kuneho

3

4

"Good morning, Little Rabbit!"

"Magandang umaga, Munting Kuneho!"

The rabbit wakes up.

Nagising ang kuneho.

8

The rabbit hears a noise.

Nakarinig ng ingay ang kuneho.

The rabbit runs.

Tumakbo ang kuneho.

The rabbit is hiding.

Nagtatago ang kuneho.

The rabbit feels safe.

Nakaramdam ng kaligtasan ang kuneho.

15

16

The rabbit looks for food.

Naghahanap ng pagkain ang kuneho.

17

18

The rabbit eats.

Kumakain ang kuneho.

20

The rabbit feels sleepy.

Nakaramdam ng antok ang kuneho.

21

The rabbit goes to sleep.

Natulog ang kuneho.

23

24

"Goodnight, Little Rabbit."

"Goodnight, Munting Kuneho."

About the Author
Tungkol sa May-akda

Hannah Burkhardt traveled the world before she studied English literature and drawing at Concordia University. Inspired by Chimamanda Ngozi Adichie, she wants each and every child to see themselves represented in literature. Hannah's dream is to make it easy to find books in any language. #obsessed

Nilibot ni Hannah Burkhardt ang mundo bago siya nag-aral ng panitikang Ingles at pagguhit sa Concordia University. Dahil sa inspirasyong ibinigay ni Chimamanda Ngozi Adichie, gusto niyang makita ng bawat bata ang kanilang sarili na inilalarawan sa panitikan. Pangarap ni Hannah na gawing madali ang paghahanap ng mga libro sa sa anumang wika. #obsessed

Check Out Other Bilingual Books:
Tingnan ang Iba Pang Bilingual na Aklat:

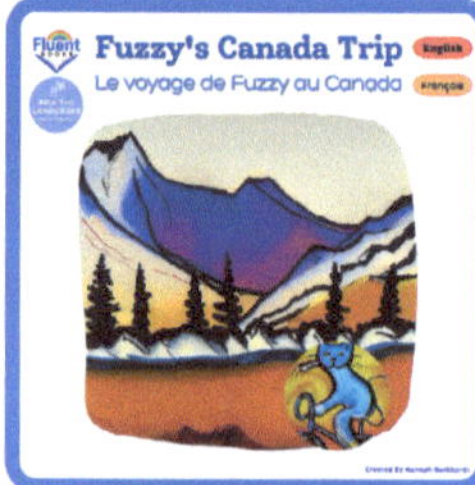

This book is customizable. Pick any languages you would like. To receive a quote please contact us: **www.fluentbooks.ca**

Puwedeng i-customize ang aklat na ito. Pumili ng anumang mga wika na gusto mo. Upang makatanggap ng quote, mangyaring makipag-ugnayan sa amin: **www.fluentbooks.ca**

www.ingramcontent.com/pod-product-compliance
Lightning Source LLC
Chambersburg PA
CBHW042140030726
47599CB00002B/553